Impressum
Verlag: BABADADA GmbH, Nedderfeld 112 , 22529 Hamburg
Geschäftsführer / Verlagsleitung: Harald Hof
Druck: Books on Demand GmbH, In de Tarpen 42, 22848 Norderstedt

Imprint
Publisher: BABADADA GmbH, Nedderfeld 112 , 22529 Hamburg, Germany
Managing Director / Publishing direction: Harald Hof
Print: Books on Demand GmbH, In de Tarpen 42, 22848 Norderstedt, Germany

la escuela

trường học

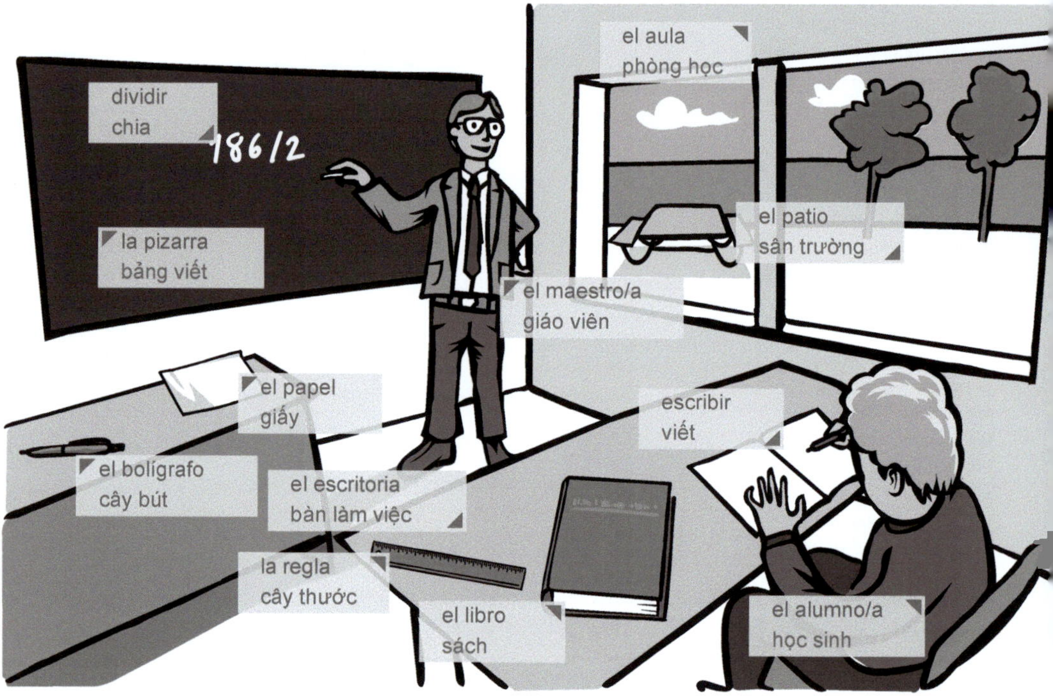
el aula
phòng học
dividir
chia
186/2
la pizarra
bảng viết
el patio
sân trường
el maestro/a
giáo viên
el papel
giấy
escribir
viết
el bolígrafo
cây bút
el escritoria
bàn làm việc
la regla
cây thước
el libro
sách
el alumno/a
học sinh

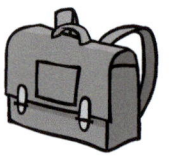

la cartera

cặp đeo vai học sinh

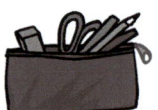

la caja de lápices

hộp đựng bút

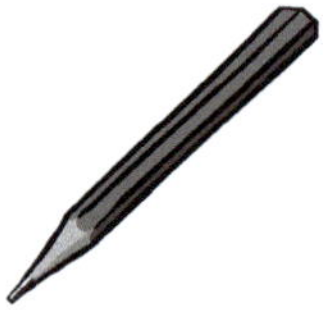

el lápiz

bút chì

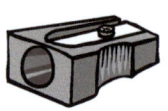

el sacapuntas

cái gọt bút chì

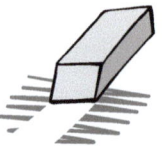

la goma de borrar

cục tẩy

el cuaderno de dibujo

tập giấy vẽ

el dibujo

bản vẽ

el pincel

cọ vẽ

la caja de pinturas

hộp mực vẽ

las tijeras

cây kéo

el pegamento

keo dán

el cuaderno de ejercicios

sách bài tập

los deberes

bài tập ở nhà

el número

số

sumar

cộng

restar

trừ

multiplicar

nhân

calcular

tính toán

la letra

chữ cái

el alfabeto

bảng chữ cái

la palabra

từ

el texto
văn bản

leer
đọc

la tiza
phấn viết

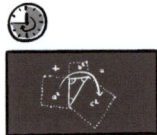
la lección
bài học

el cuaderno de notas
sổ lớp

el examen
thi kiểm tra

el certificado
chứng chỉ

el uniforme
đồng phục học sinh

la educación
giáo dục

la enciclopedia
từ điển bách khoa

la universidad
đại học

el microscopio
kính hiển vi

el mapa
bản đồ

la papelera
thùng rác giấy

el viaje
du lịch

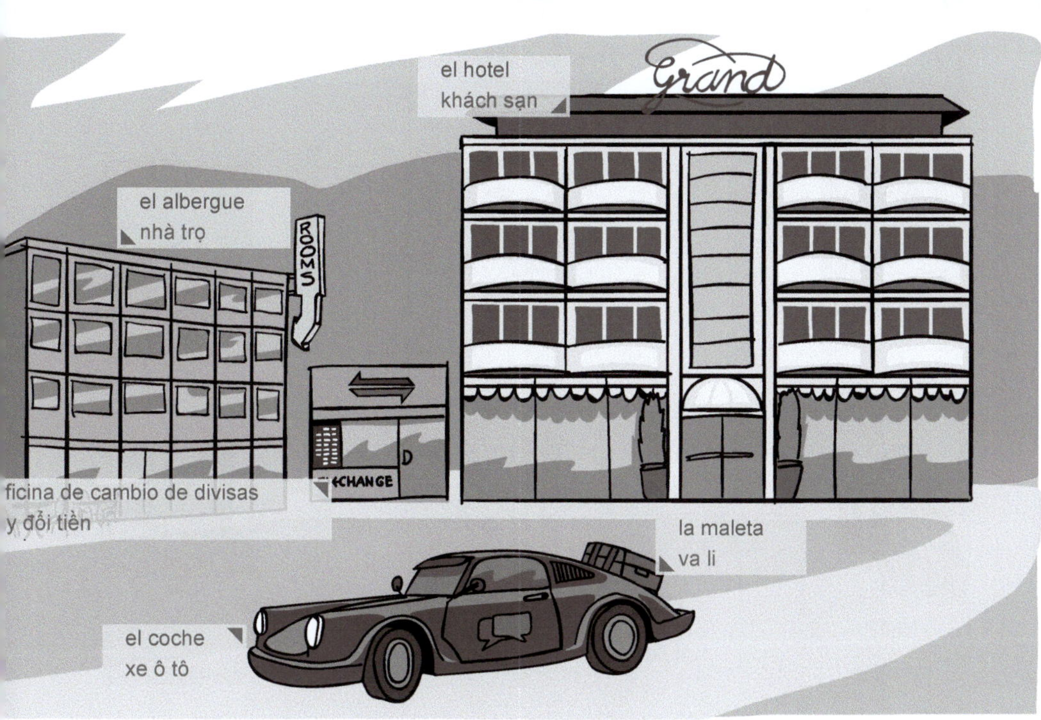
el hotel
khách sạn
Grand
el albergue
nhà trọ
ROOMS
ficina de cambio de divisas
y đổi tiền
la maleta
va li
el coche
xe ô tô

el idioma

ngôn ngữ

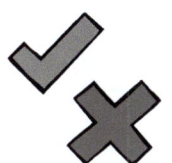

sí / no

có / không

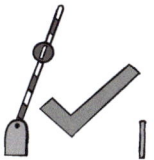

Vale

ô kê

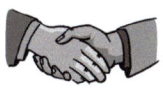

hola

Xin chào

el traductor

thông dịch viên

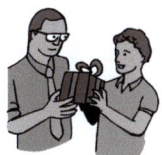

Gracias

cám ơn

¿cuánto es...?

... bao nhiêu tiều?

No entiendo

tôi không hiểu

el problema

vấn đề

¡Buenas tardes!

Xin chào! (buổi tối)

¡Buenos días!

xin chào! (buổi sáng)

¡Buenas noches!

chúc ngủ ngon!

adiós

tạm biệt

la dirección

hướng đi

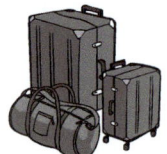

el equipaje

hành lý

la bolsa

túi xách

la mochila

túi ba lô

el invitado

khách

la habitación

phòng

el saco de dormir

túi ngủ

la tienda de campaña

lều

la información turística

thông tin du lịch

la playa

bãi biển

la tarjeta de crédito

thẻ tín dụng

el desayuno

ăn sáng

el almuerzo

ăn trưa

la cena

ăn tối

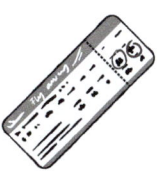

el billete

vé xe

el ascensor

thang máy

el sello

tem bưu điện

la frontera

biên giới

la aduana

hải quan

la embajada

đại sứ quán

la visa

thị thực

el pasaporte

hộ chiếu

el viaje - du lịch

el transporte
vận chuyển

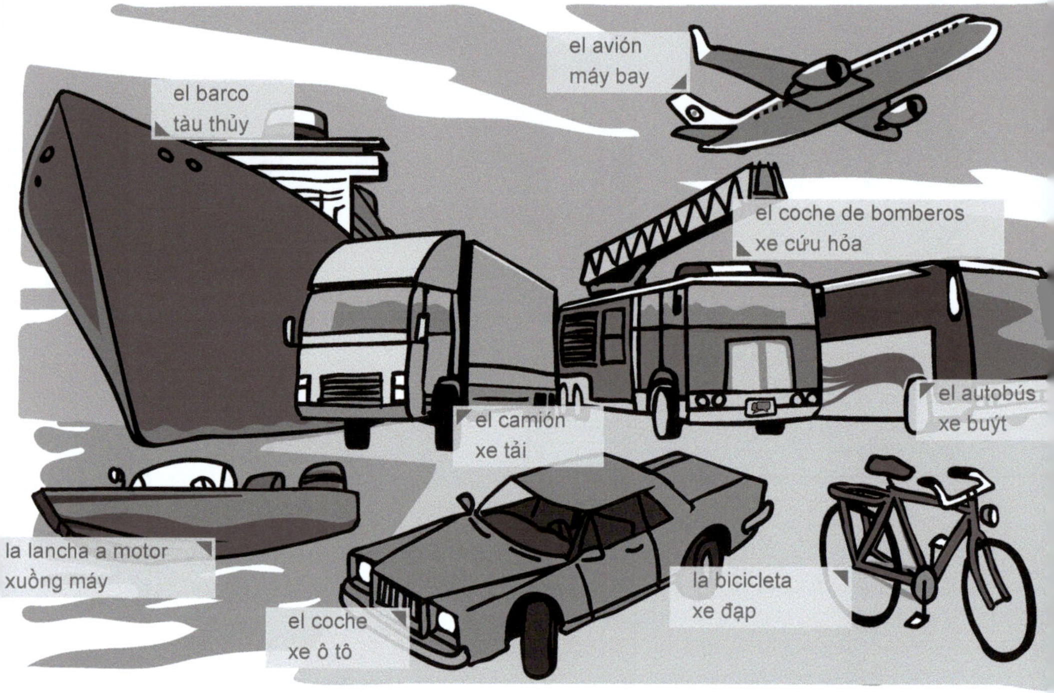
el avión
máy bay
el barco
tàu thủy
el coche de bomberos
xe cứu hỏa
el autobús
xe buýt
el camión
xe tải
la lancha a motor
xuồng máy
la bicicleta
xe đạp
el coche
xe ô tô

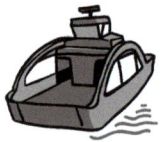

el transbordador

phà

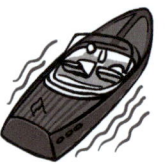

la barca

xuồng

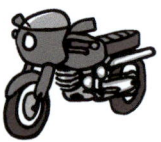

la moto

xe máy

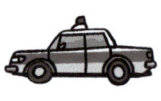

el coche de policía

xe cảnh sát

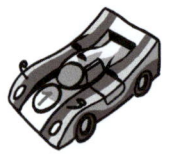

el coche de carreras

xe đua

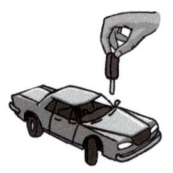

el coche de alquiler

xe cho thuê

l préstamo de vehículos

dịch vụ thuê xe tự lái

la grúa

xe kéo cứu hộ

el camión de la basura

xe rác

el motor

động cơ

la gasolina

xăng

la gasolinera

trạm xăng

la señal de tráfico

biển báo giao thông

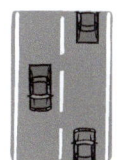

el tráfico

giao thông

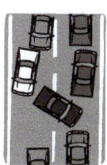

el atasco

ách tắc giao thông

el aparcamiento

bãi đậu xe

la estación de tren

nhà ga

las vías

đường ray

el tren

xe lửa

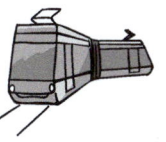

el tranvía

tàu điện

el vagón

toa xe

el helicóptero

máy bay trực thăng

el aeropuerto

sân bay

la torre

tháp

el pasajero

hành khách

el contenedor

côngtenơ

la caja de cartón

thùng các-tông

la carretilla

xe đẩy

la cesta

cái giỏ

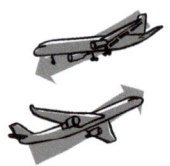

despegar / aterrizar

cất cánh / hạ cánh

la ciudad

thành phố

el pueblo

làng

el centro de la ciudad

trung tâm thành phố

la casa

nhà

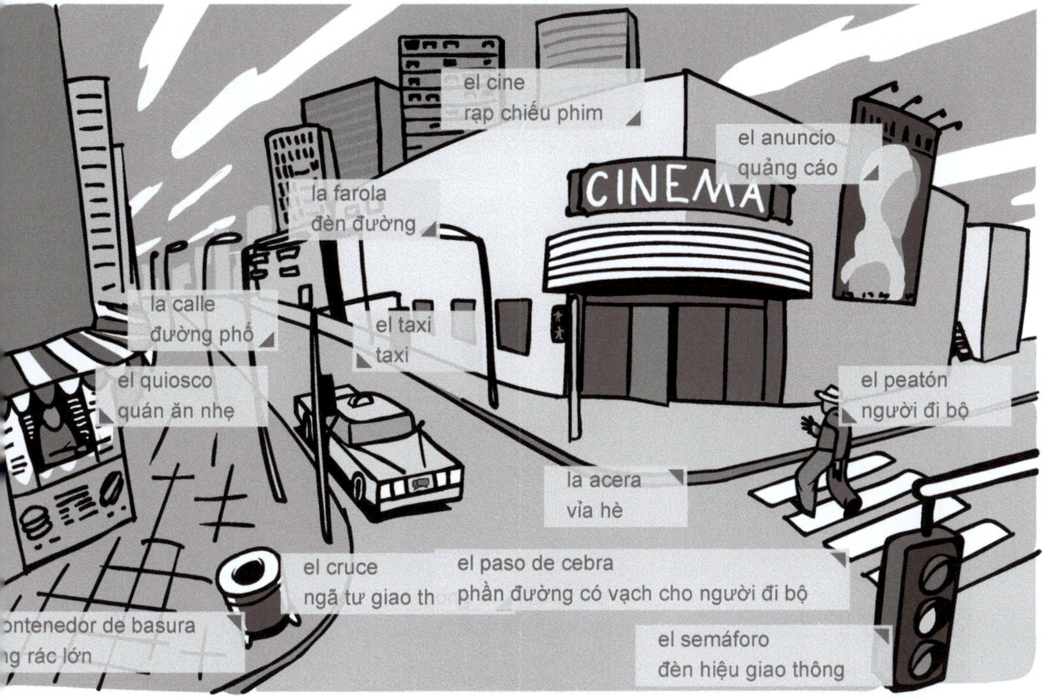
el cine
rạp chiếu phim
el anuncio
quảng cáo
CINEMA
la farola
đèn đường
la calle
đường phố
el taxi
taxi
el quiosco
quán ăn nhẹ
el peatón
người đi bộ
la acera
vỉa hè
el cruce
ngã tư giao th
el paso de cebra
phần đường có vạch cho người đi bộ
ontenedor de basura
ng rác lớn
el semáforo
đèn hiệu giao thông

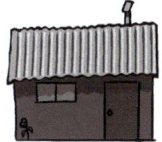

la cabaña
nhà chòi

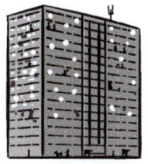

el apartamento
căn hộ

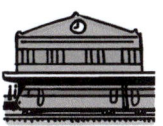

la estación de tren
nhà ga

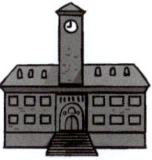

el ayuntamiento
tòa thị chính

MUSEUM
el museo
viện bảo tàng

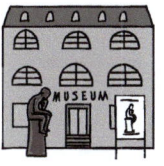

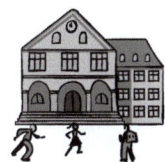

la escuela
trường học

la universidad

đại học

el banco

ngân hàng

el hospital

bệnh viện

el hotel

khách sạn

la farmacia

hiệu thuốc

la oficina

văn phòng

la librería

hiệu sách

la tienda de campaña

cửa hiệu

la floristería

cửa hiệu bán hoa

el supermercado

siêu thị

el mercado

chợ

los grandes almacenes

cửa hàng bách hóa

la pescadería

người bán cá

el centro comercial

trung tâm mua bán

el puerto

bến cảng

el parque

công viên

el banco

ghế băng

el puente

cầu

las escaleras

cầu thang

el metro

tàu điện ngầm

el túnel

đường hầm

la parada de autobús

trạm xe buýt

el bar

quán bar

el restaurante

khách sạn

el buzón

hòm thư công cộng

el poste indicador

bảng hiệu đường

el parquímetro

đồng hồ đậu xe

el zoo

vườn bách thú

la piscina

bể bơi

la mezquita

nhà thờ Hồi giáo

la granja

nông trại

la contaminación

ô nhiễm môi trường

el cementerio

nghĩa trang

la iglesia

nhà thờ

el patio de juego

sân chơi

el templo

ngôi đền

el paisaje
phong cảnh

la hoja
lá cây

la señal
bảng chỉ đường

el camino
lối đi

el prado
bãi cỏ

la piedra
hòn đá

el árbol
cây

el excursionista
người đi bộ đường dài

el río
sông

la hierba
cỏ

la flor
bông hoa

el valle

thung lũng

la colina

đồi

el lago

hồ nước

el bosque

rừng

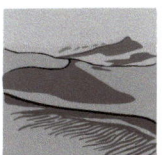

el desierto

sa mạc

el volcán

núi lửa

el castillo

lâu đài

el arcoíris

cầu vồng

el champiñón

nấm

la palmera

cây cọ

el mosquito

con muỗi

la mosca

con ruồi

la hormiga

con kiến

la abeja

con ong

la araña

con nhện

el paisaje - phong cảnh

el escarabajo

bọ cánh cứng

la rana

con ếch

la ardilla

con sóc

el erizo

con nhím

la liebre

con thỏ

la lechuza

con cú

el pájaro

con chim

el cisne

thiên nga

el jabalí

heo rừng

el ciervo

con hươu

el alce

nai sừng tấm

la presa

đê

la turbina eólica

tuabin gió

el panel solar

tấm năng lượng mặt trời

el clima

khí hậu

el camarero
bồi bàn

el menú
thực đơn

la silla
ghế

la sopa
súp

la pizza
bánh pizza

la cubertería
bộ dao nĩa ăn

el mantel
khăn trải bàn

el primer plato
món ăn khai vị

el plato principal
món ăn chính

el postre
món tráng miệng

las bebidas
thức uống

la comida
thức ăn

la botella
cái chai

la comida rápida

thức ăn nhanh

la comida callejera

thức ăn đường phố

la tetera

ấm trà

el azucarero

hộp đường

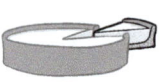

la porción

khẩu phần

la cafetera expreso

máy pha espresso

la trona

ghế cao

la cuenta

hóa đơn

la bandeja

khay

el cuchillo

dao

el tenedor

nĩa

la cuchara

thìa

la cucharilla

thìa uống trà

la servilleta

khăn ăn

el vaso

cốc thủy tinh

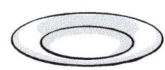

el plato

đĩa

el plato hondo

đĩa súp

el platillo

đĩa lót cốc

la salsa

nước sốt

el salero

lọ muối

el molinillo de pimienta

cái xay tiêu

el vinagre

giấm

el aceite

dầu

las especias

gia vị

el ketchup

nước xốt cà chua

la mostaza

tương hạt cải

la mayonesa

nước sốt mayonnaise

el supermercado

siêu thị

la oferta especial
chào giá đặc biệt
FOR
el cliente
khách hàng
los lácteos
sản phẩm từ sữa
la fruta
trái cây
el carro de compra
xe đẩy mua sắm

BUTCHERS

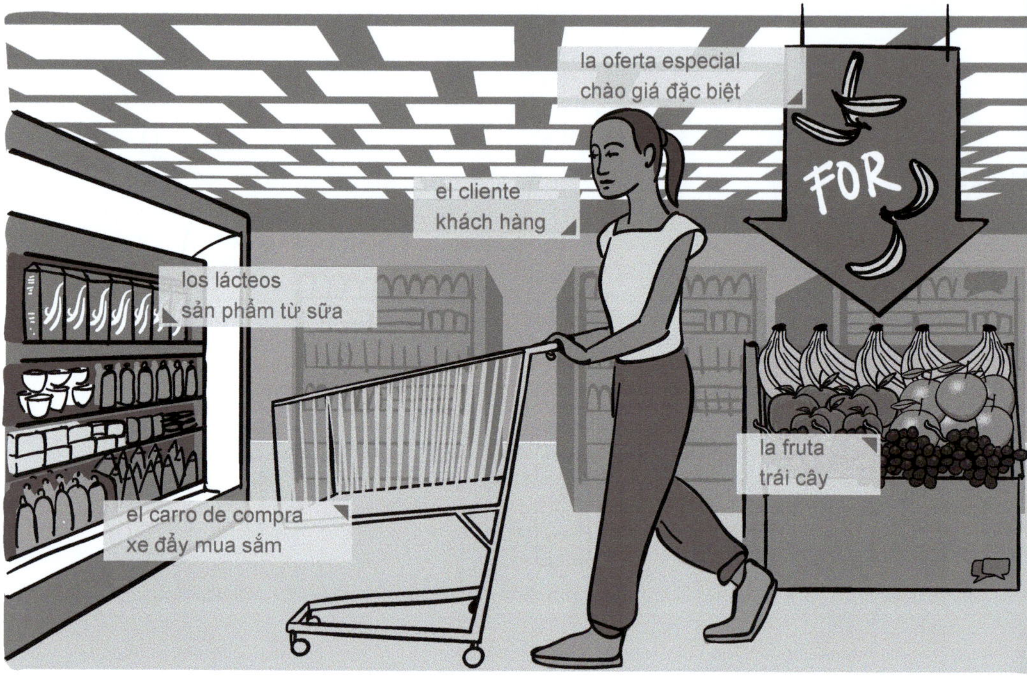

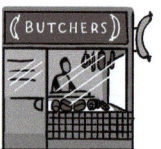

la carniceria

lò mổ

BAKERY

la panadería

cửa hiệu bán bánh mì

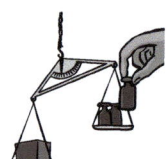

pesar

cân nặng

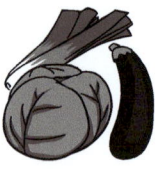

las verduras

rau quả

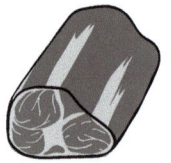

la carne

thịt

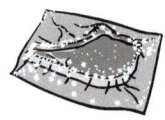

los alimentos congelados

thức ăn đông lạnh

los fiambres

lát thịt nguội

las conservas

đồ hộp

el detergente en polvo

bột giặt

los dulces

đồ ngọt

productos de uso doméstico

sản phẩm dùng trong gia đình

productos de limpieza

chất tẩy rửa

la vendedora

người bán hàng

la caja de cartón

quầy trả tiền

el cajero

nhân viên thu ngân

la lista de la compra

danh sách mua sắm

el horario de atención al público

giờ mở cửa

la cartera

ví tiền

la tarjeta de crédito

thẻ tín dụng

la bolsa de plástico

túi đeo

la bolsa de plástico

túi ny lông

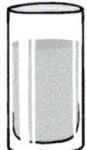

el agua

nước

el zumo

nước quả ép

la leche

sữa

la cola

coca-cola

el vino

rượu vang

la cerveza

bia

el alcohol

cồn

el cacao

cacao

el té

trà

el café

cà phê

el expreso

espresso

el capuchino

cappuccino

el plátano

chuối

la manzana

quả táo

la naranja

quả cam

el melón

dưa hấu

el limón

chanh

la zanahoria

cà rốt

el ajo

tỏi

el bambú

tre

la cebolla

củ hành

el champiñón

nấm

las avellanas

hạt dẻ

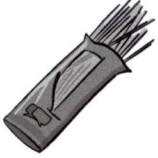

los fideos

mì

las espagueti

mì spaghetti

el arroz

cơm

la ensalada

xà lách

las patatas fritas

khoai tây chiên

las patatas fritas

khoai tây chiên

la pizza

bánh pizza

la hamburguesa

bánh hamburger

el sándwich

bánh mì sandwich

el filete

thịt côtlet

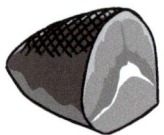

el jamón

thịt giăm bông

le salami

xúc xích

la salchicha

dồi

el pollo

gà

el asado

rán

el pescado

cá

los copos de avena

cháo yến mạch

el muesli

cháo muesli

los copos de maíz

bánh bột ngô nướng

la harina

bột mì

el cruasán

bánh sừng bò

el panecillo

bánh mì

el pan

bánh mì

la tostada

bánh mì nướng

las galletas

bánh bích quy

la mantequilla

bơ

la cuajada

sữa đông

el pastel

bánh ngọt

el huevo

trứng

el huevo frito

trứng rán

el queso

pho mát

el helado

kem

el azúcar

đường

la miel

mật ong

la mermelada

mứt

la crema de turrón

kem nougat

el curry

cà ri

la granja
nông trại

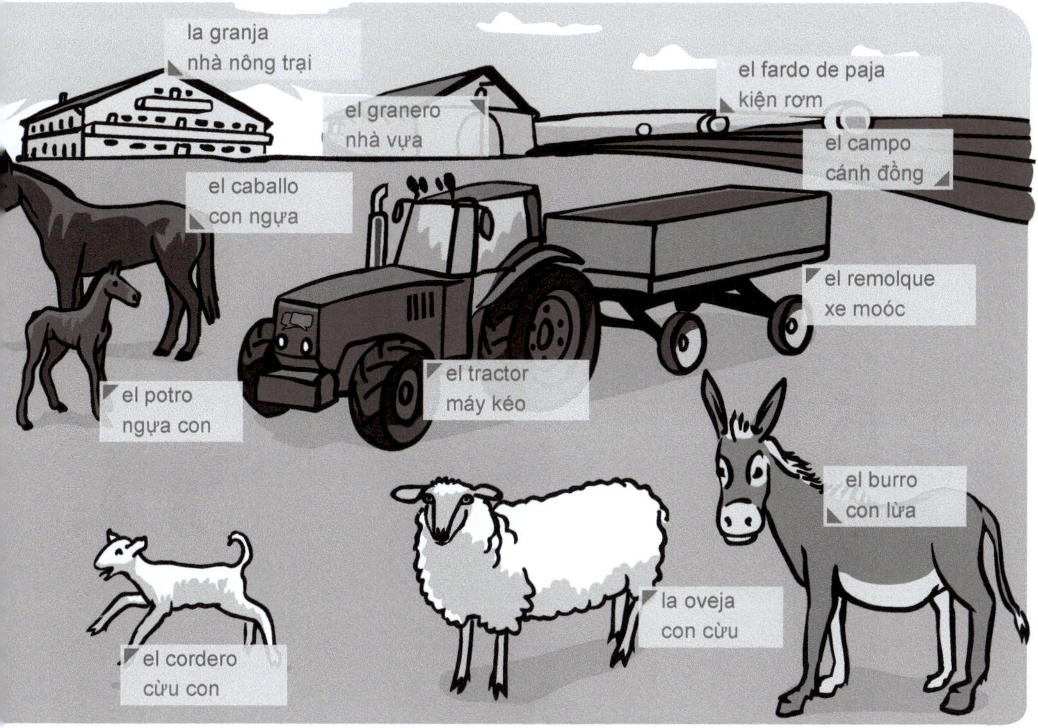
la granja
nhà nông trại
el granero
nhà vựa
el fardo de paja
kiện rơm
el campo
cánh đồng
el caballo
con ngựa
el remolque
xe moóc
el tractor
máy kéo
el potro
ngựa con
el burro
con lừa
la oveja
con cừu
el cordero
cừu con

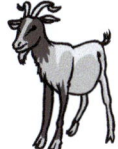

la cabra
con dê

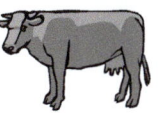

la vaca
con bò

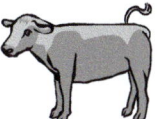

el ternero
con bê

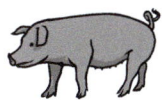

el cerdo
con lợn

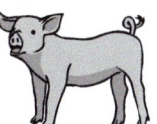

el cerdito
lợn con

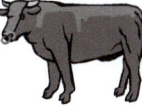

el toro
bò đực

el ganso

con ngỗng

el pato

con vịt

el pollo

gà con

la gallina

gà mái

el gallo

gà trống

la rata

con chuột

el gato

mèo

el ratón

chuột nhắt

el buey

bò đực

el perro

con chó

la perrera

nhà chuồng chó

la manguera

ống tưới vườn cây

la regadera

thùng tưới cây

la guadaña

lưỡi hái

el arado

cái cày

la hoz
....
cái liềm

la azada
....
cái cuốc

la horca
....
cái chĩa

el hacha
....
cái rìu

la carretilla
....
xe cút kít

el abrevadero
....
máng ăn

la lechera
....
lọ sữa

el saco
....
bao tải

la valla
....
hàng rào

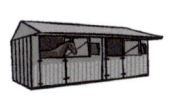

el establo
....
chuồng

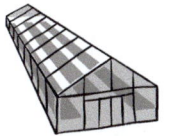

el invernadero
....
nhà kính trồng cây

el suelo
....
đất trồng

la semilla
....
hạt giống

el fertilizador
....
phân bón

la cosechadora
....
máy gặt đập liên hợp

cosechar

thu hoạch

la cosecha

mùa thu hoạch

el ñame

khoai lang

el trigo

lúa mì

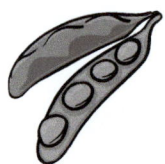

el soja

đậu nành

la patata

khoai tây

el maíz

ngô

la semilla de colza

hạt cải dầu

el árbol frutal

cây ăn trái

la mandioca

sắn

las cereales

ngũ cốc

la casa
nhà

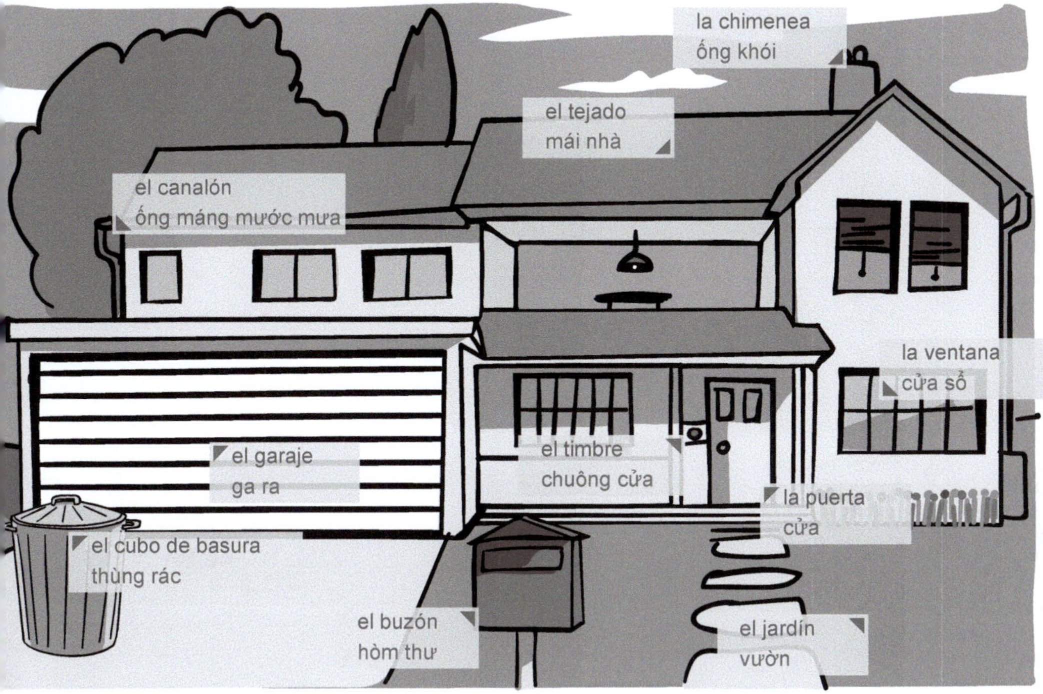
la chimenea
ống khói
el tejado
mái nhà
el canalón
ống máng mước mưa
la ventana
cửa sổ
el timbre
chuông cửa
el garaje
ga ra
la puerta
cửa
el cubo de basura
thùng rác
el buzón
hòm thư
el jardín
vườn

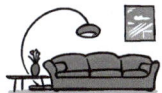

la sala
phòng khách

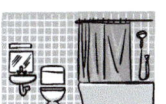

el cuarto de baño
phòng tắm

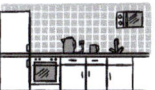

la cocina
bếp

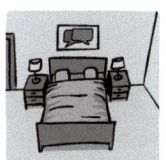

el dormitorio
phòng ngủ

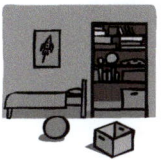

la habitación de los niños
phòng trẻ em

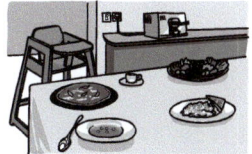

el comedor
phòng ăn

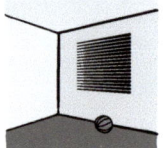

el suelo

nền nhà

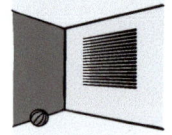

la pared

tường

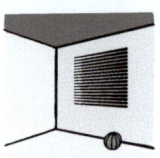

el techo

trần nhà

el sótano

tầng hầm

la sauna

tắm hơi

el balcón

ban công

la terraza

sân hiên

la piscina

bể bơi

el cortacésped

máy cắt cỏ

la sábana

khăn trải giường

la colcha

khăn trải giường

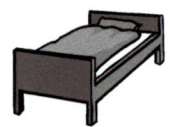

la cama

giường

la escoba

chổi

el balde

cái xô

el interruptor

công tắc điện

la sala
phòng khách

el papel pintado
giấy dán tường
la imagen
hình ảnh
la lámpara
đèn
el estante
cái kệ
el armario
tủ
la televisión
ti vi
la chimenea
lò sưởi
la flor
bông hoa
el cojín
gối
el sofá
ghế sofa
el jarrón
bình hoa
el mando a distancia
điều khiển từ xa

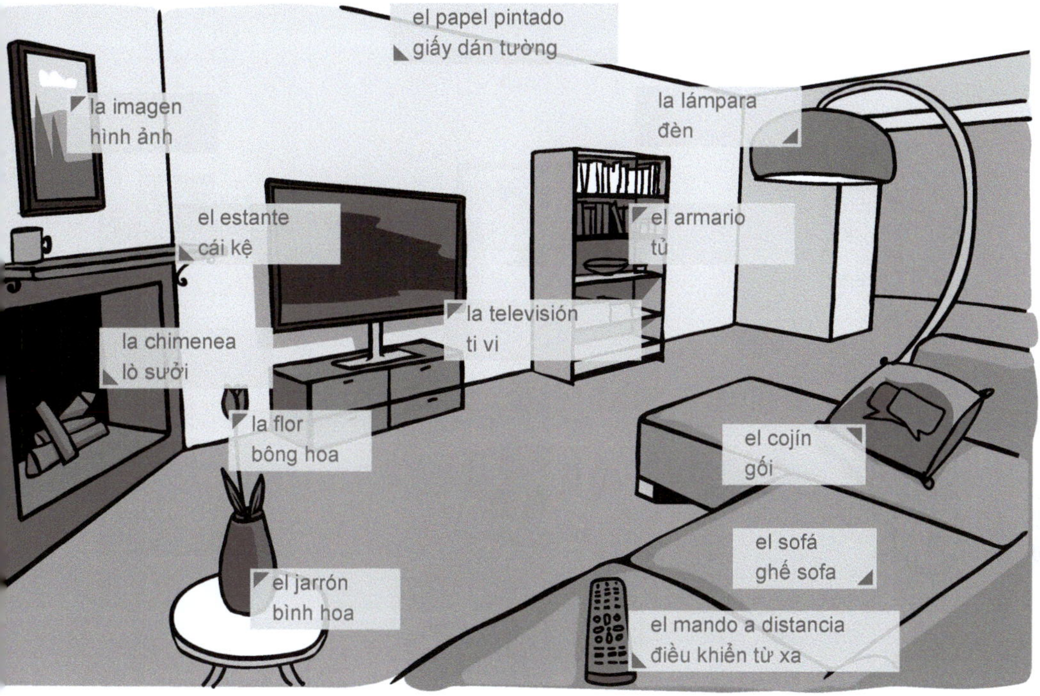

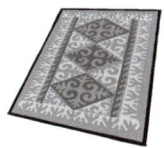

la alfombra

thảm

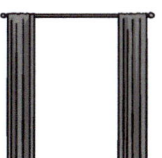

la cortina

rèm

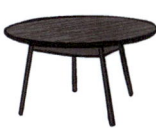

la mesa

cái bàn

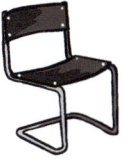

la silla

ghế

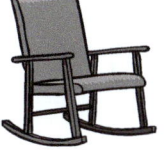

el mecedora

ghế bập bênh

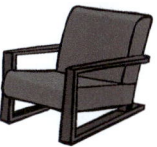

la butaca

ghế bành

el libro

sách

la manta

cái chăn

la decoración

đồ trang trí

la leña

củi

la película

phim

el equipo de música

máy hi-fi

la llave

chìa khóa

el periódico

báo

la pintura

bức tranh

el póster

áp phích

la radio

radio

el cuaderno

sổ ghi chép

la aspiradora

máy hút bụi

el cactus

cây xương rồng

la vela

cây nến

la cocina
bếp

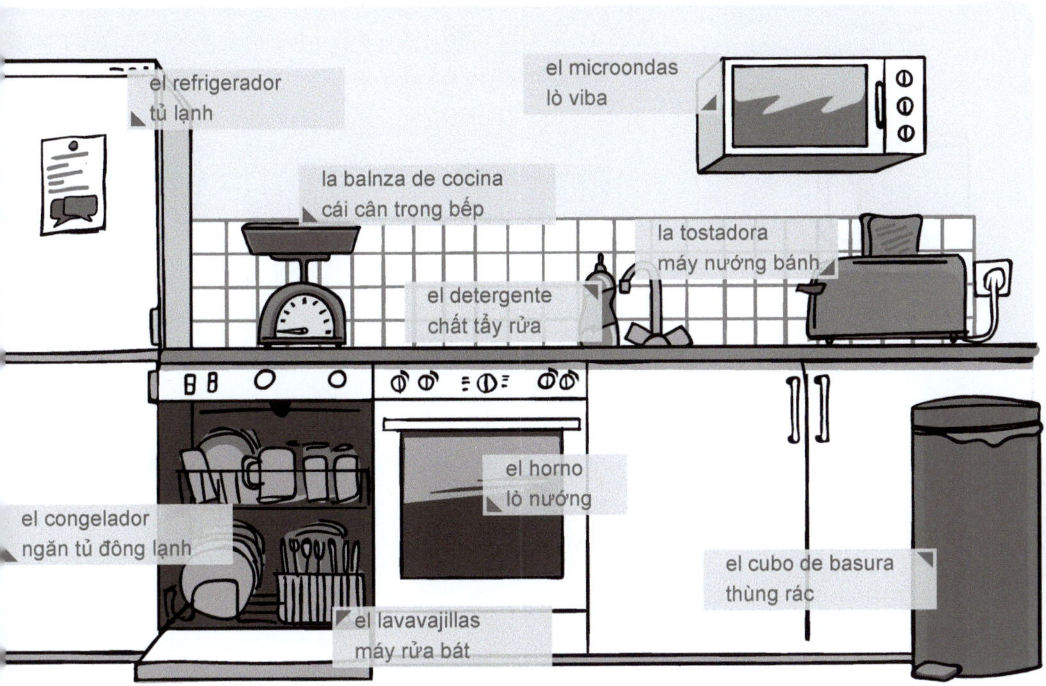
el refrigerador
tủ lạnh
el microondas
lò viba
la balnza de cocina
cái cân trong bếp
la tostadora
máy nướng bánh
el detergente
chất tẩy rửa
el horno
lò nướng
el congelador
ngăn tủ đông lạnh
el cubo de basura
thùng rác
el lavavajillas
máy rửa bát

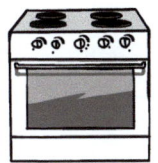

la olla a presión

lò nấu

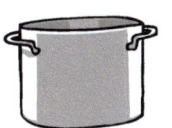

la olla

nồi

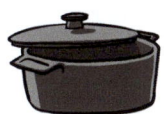

la olla de hierro fundido

nồi sắt

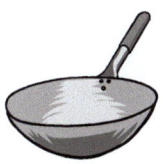

el wok

chảo

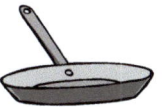

la cazuela

chảo

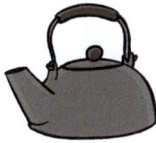

el hervidor

ấm đun nước

la vaporera

nồi đun hơi

la chapa de horno

khay lò nướng

la vajilla

bát đĩa

la taza

cốc

el tazón

cái bát

los palillos

đũa

el cucharón

cái vá

la espumadera

bàn xẻng

el batidor

que đánh kem

el colador

rây dùng trong bếp

el cedazo

cái rây lọc

el rallador

cái nạo

el mortero

vữa

la barbacoa

vỉ nướng

la hoguera

ngọn lửa trần

la tabla de picar

cái thớt

el rodillo

trục cán bột

el sacacorchos

cái mở nút chai

la lata

vỏ đồ hộp

el abrelatas

cái mở vỏ đồ hộp

el agarrador

miếng nhấc nồi

el lavabo

bồn rửa bát

el cepillo

bàn chải

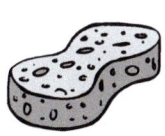

la esponja

miếng xốp

la batidora

máy xay

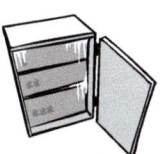

el congelador

tủ đông lạnh

el biberón

bình sữa cho trẻ sơ sinh

el grifo

vòi nước

el cuarto de baño

phòng tắm

la calefacción
lò sưởi
la ducha
vòi hoa sen
la toalla
khăn lau
la cortina de la ducha
rèm che ngăn tắm
el baño de espuma
tắm bọt
la bañera
bồn tắm
el vaso
cốc thủy tinh
la lavadora
máy giặt
el grifo
vòi nước
las baldosas
gạch lát
el orinal
cái bô
el lavabo
bồn rửa bát

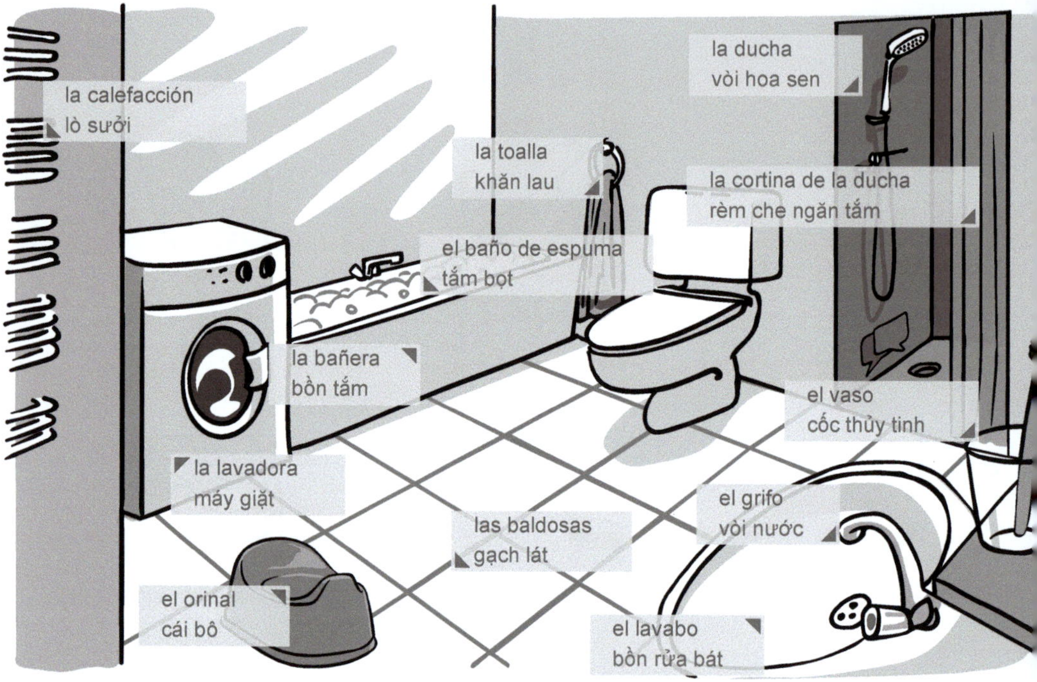

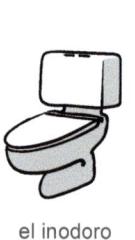

el inodoro

bồn cầu

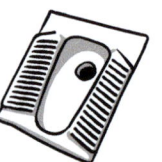

el inodoro rústico

bồn cầu ngồi xổm

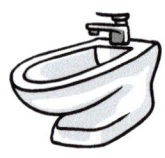

el bidé

bồn rửa hậu môn

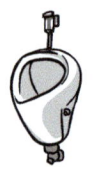

el urinario

bồn tiểu tiện

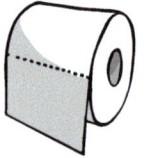

el papel higiénico

giấy vệ sinh

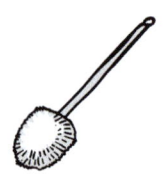

la escobilla del váter

bàn chải cọ bồn cầu

el cepillo de dientes

bàn chải đánh răng

la pasta de dientes

kem đánh răng

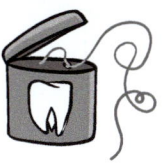

el hilo dental

chỉ nha khoa

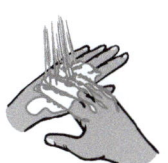

lavar

rửa

la ducha de mano

vòi sen cầm tay

la ducha íntima

vòi rửa hậu môn

la pila

bồn rửa

el cepillo de espalda

bàn chải cọ lưng

el jabón

xà phòng

el gel de ducha

sữa tắm

el champú

dầu gội

la toallita

khăn cọ để tắm

el desagüe

lỗ thoát nước

la crema

kem

el desodorante

chất khử mùi

el espejo

gương

el espejo de tocador

gương tay

la maquinilla de afeitar

dao cạo râu

la espuma de afeitar

kem cạo râu

la loción postafeitado

nước thơm dùng sau khi
cạo râu

el peine

cái lược

el cepillo

bàn chải

el secador

máy xấy tóc

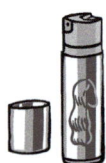

la laca

keo xịt tóc

el maquillaje

đồ trang điểm

el pintalabios

thỏi son môi

el pintauñas

sơn bôi móng

el algodón

bông

el cortauñas

kéo cắt móng

el perfume

nước hoa

el estuche de viaje

túi đựng đồ tắm

la banqueta

ghế đẩu

la balanza

cái cân

el albornoz

áo choàng tắm

los guantes de goma

găng tay làm vệ sinh

el tampón

nút gạc

la compresa

băng vệ sinh

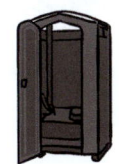

el inodoro químico

nhà vệ sinh hóa chất

la habitación de los niños
phòng trẻ em

el despertador
đồng hồ báo thức
el peluche
thú bông
el coche de juguete
xe đồ chơi
el sonajero
cái lúc lắc
la casa de muñecas
nhà búp bê
el regalo
món quà

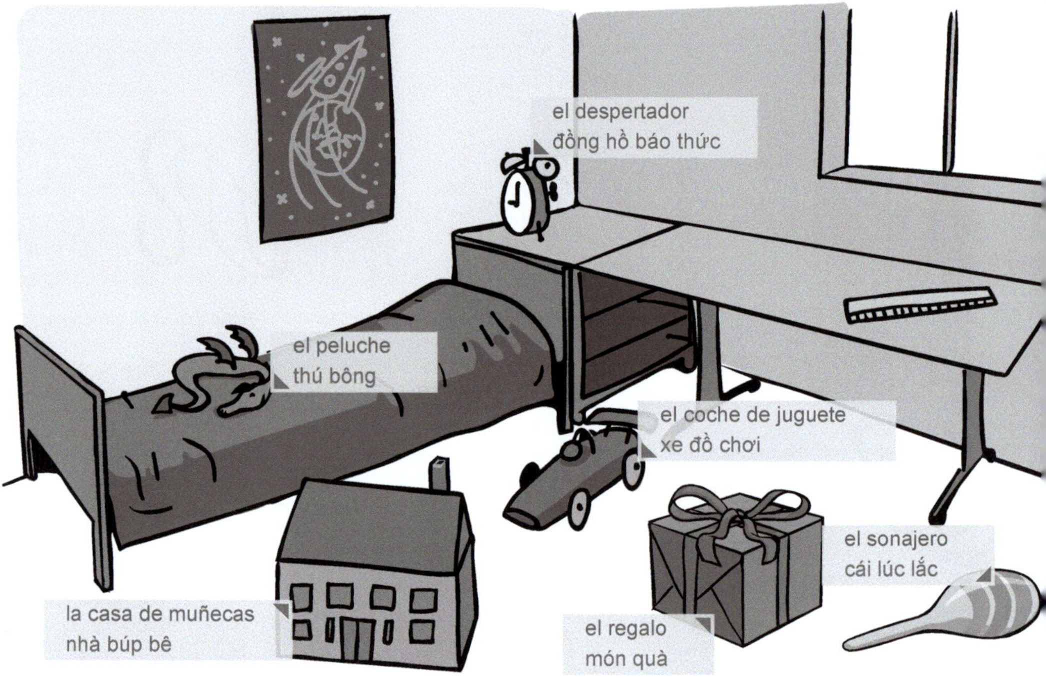

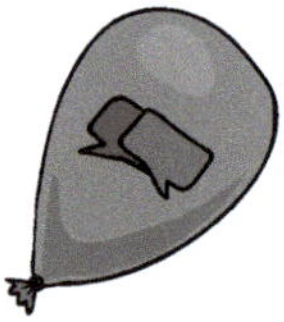

el globo

bong bóng

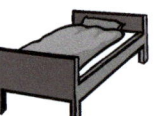

la cama

giường

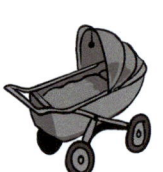

el coche de niño

xe nôi

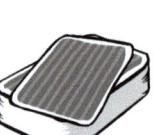

los naipes

trò chơi bài

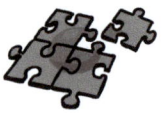

el puzle

trò chơi ghép hình

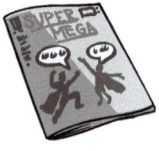

el tebeo

truyện tranh

las piezas de lego

gạch Lego

los bloques de juguete

khối xếp hình

la figura de acción

nhân vật hành động

el bodi (de bebé)

liền quần cho trẻ sơ sinh

el frisbee

đĩa nhựa để ném

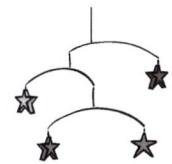

el colgador móvil para bebés

đồ chơi treo trên giường

el juego de mesa

trò chơi cờ bàn

los dados

xúc xắc

el circuito de tren eléctrico

đồ chơi xe lửa mô hình

el maniquí

ti giả

la fiesta

buổi tiệc

el álbum de fotos

sách tranh

la pelota

quả bóng

la muñeca

búp bê

jugar

chơi

el cajón de arena

hố cát

el columpio

cái đu

los juguetes

đồ chơi

la videoconsola

máy chơi game cầm tay

el triciclo

xe ba bánh

el oso de peluche

gấu bông

la guardarropa

tủ quần áo

la ropa
y phục

los calcetines

bít tất

las medias

bít tất dài

los leotardos

quần tất

la bufanda
khăn choàng cổ

el paraguas
ô che mưa

la camiseta
áp phông

cinturón
ây thắt lưng

las botas
ủng

las zapatillas
dép đi trong nhà

las deportivas
giày sneaker

las sandalias
....
dép xăng đan

los zapatos
....
giày

las botas de goma
....
ủng cao su

el slip
....
quần lót

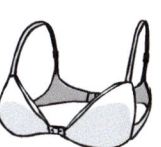

el sostén
....
áo ngực

el chaleco
....
áo vest

la ropa - y phục

el bodi

áo ôm sát cơ thể

los pantalones cortos

quần dài

los vaqueros

quần bò

la falda

váy

la blusa

áo cánh

la camisa

áo sơ mi

el jersey

áo len chui đầu

el suéter

áo len

el blazer

áo blazer

la chaqueta

áo jacket

el abrigo

áo khoác

la gabardina

áo mưa

el traje

trang phục

el vestido

áo váy

el vestido de novia

áo cưới

el traje

bộ com lê

el camisón

áo ngủ

el pijama

pijama

el sati

trang phục sari

el bandana

khăn trùm đầu

el turbante

khăn đội đầu

la burka

áo burka

el caftán

áo captan

la abaya

áo aba

el traje de baño

quần áo bơi

el bañador

quần bơi

los pantalones cortos

quần đùi

el chándal

quần áo tracksuit

el delantal

tạp dề

los guantes

găng tay

el botón

cái cúc

las gafas

kính mắt

el brazalete

vòng đeo tay

el collar

vòng cổ

el anillo

nhẫn

el pendiente

hoa tai

la gorra

mũ lưỡi trai

la percha

cái mắc treo áo quần

el sombrero

mũ

la corbata

cà vạt

la cremallera

dây kéo phéc mơ tuya

el casco

mũ bảo hiểm

los tirantes

dây đeo quần

el uniforme

đồng phục học sinh

el uniforme

đồng phục

el babero

yếm trẻ em

el maniquí

ti giả

el pañal

tã lót

la oficina
văn phòng

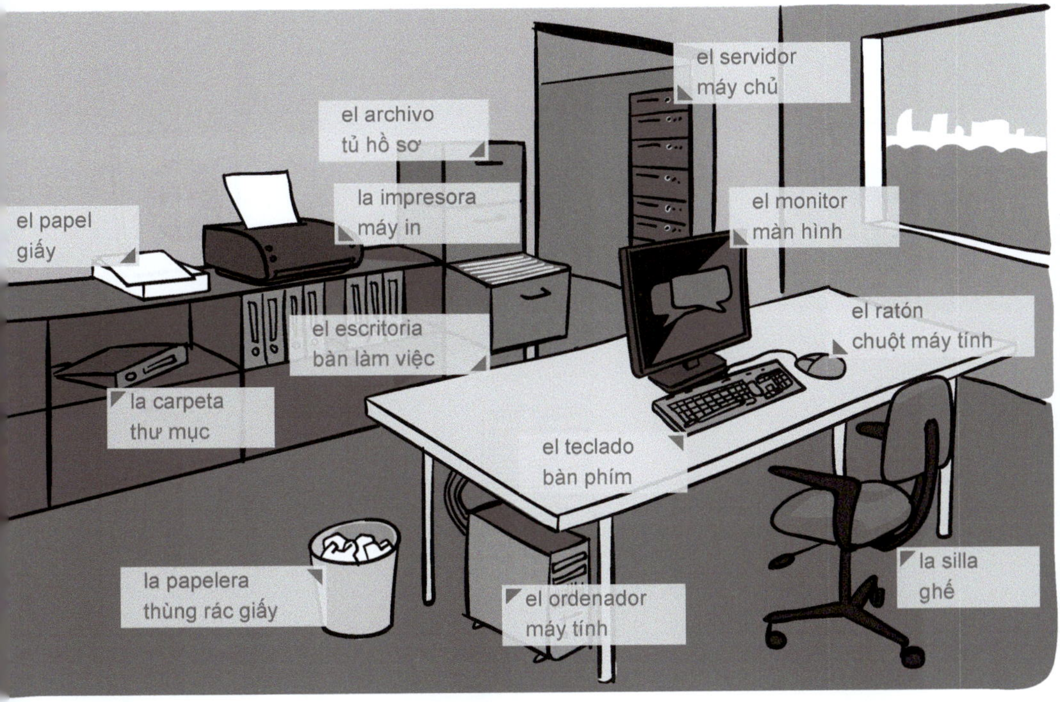

el servidor
máy chủ

el archivo
tủ hồ sơ

la impresora
máy in

el monitor
màn hình

el papel
giấy

el ratón
chuột máy tính

el escritoria
bàn làm việc

la carpeta
thư mục

el teclado
bàn phím

la papelera
thùng rác giấy

el ordenador
máy tính

la silla
ghế

la taza de café

cốc cà phê

la calculadora

máy tính bỏ túi

el internet

internet

el portátil

laptop

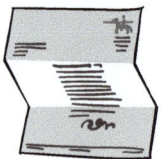

la carta

thư

el mensaje

tin nhắn

el móvil

điện thoại di động

la red

mạng

la fotocopiadora

máy photocopy

el software

phần mềm

el teléfono

điện thoại

la toma de corriente

ổ cắm điện

el fax

máy fax

el formulario

mẫu đơn

el documento

chứng từ

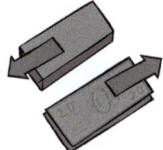

comprar
....
mua

pagar
....
trả tiền

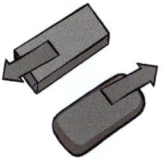

comerciar
....
buôn bán

el dinero
....
tiền

el dólar
....
đô la

el euro
....
Euro

el yen
....
yên

el rublo
....
rúp

el franco suizo
....
franc Thụy Sĩ

el renminbi yuan
....
nhân dân tệ

la rupia
....
rupi

el cajero automático
....
máy rút tiền tự động

la oficina de cambio de divisas
quầy đổi tiền

el oro
vàng

la plata
bạc

el petróleo
dầu

la energía
năng lượng

el precio
giá tiền

el contrato
hợp đồng

el impuesto
thuế

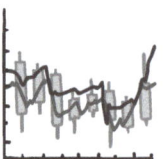

la acción
cổ phiếu

trabajar
làm việc

el empleador
nhân viên

el empleador
chủ lao động

la fábrica
nhà máy

la tienda de campaña
cửa hiệu

los oficios
nghề nghiệp

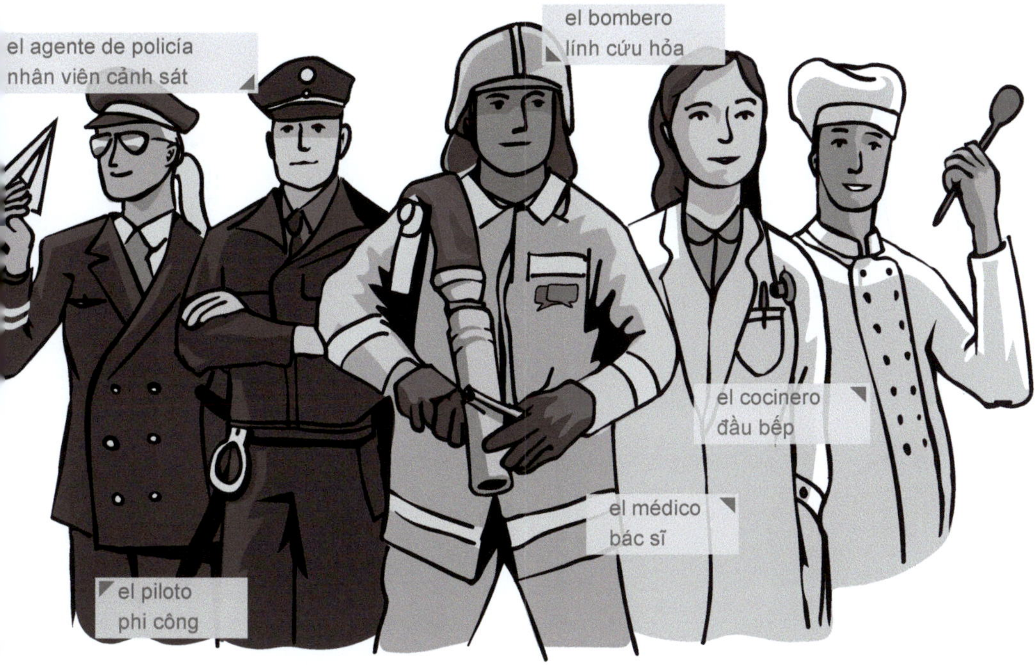

el agente de policía
nhân viên cảnh sát
el bombero
lính cứu hỏa
el cocinero
đầu bếp
el médico
bác sĩ
el piloto
phi công

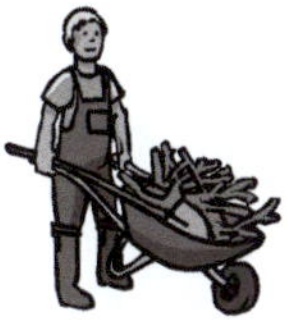

el jardinero

người làm vườn

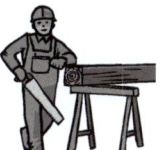

el carpintero

thợ mộc

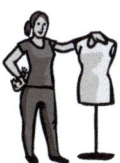

la costurera

thợ may

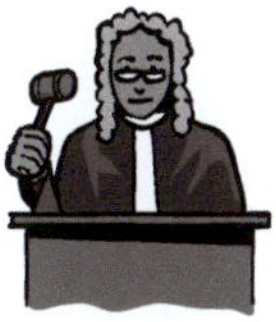

el juez

chánh án

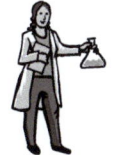

el farmacéutico

nhà hóa học

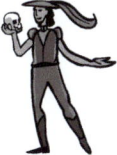

el actor

diễn viên

el conductor de autobús

tài xế xe buýt

el taxista

người lái taxi

el pescador

ngư dân

la señora de la limpieza

người lau dọn vệ sinh

el techador

thợ lợp mái nhà

el camarero

bồi bàn

el cazador

thợ săn

el pintor

họa sĩ

el panadero

thợ làm bánh

el electricista

thợ điện

el obrero

thợ xây dựng

el ingeniero

kỹ sư

el carnicero

người hàng thịt

el fontanero

thợ sửa ống nước

el cartero

người đưa thư

el soldado

người lính

el arquitecto

kiến trúc sư

el cajero

nhân viên thu ngân

el florista

người bán hoa

el peluquero

thợ cắt tóc

el revisor

nhân viên soát vé

el mecánico

thợ cơ khí

el capitán

thuyền trưởng

el dentista

nha sĩ

el científico

nhà khoa học

el rabino

giáo sĩ Do thái

el imán

lãnh tụ Hồi giáo

el monje

nhà sư

el sacerdote

mục sư

las herramientas

dụng cụ

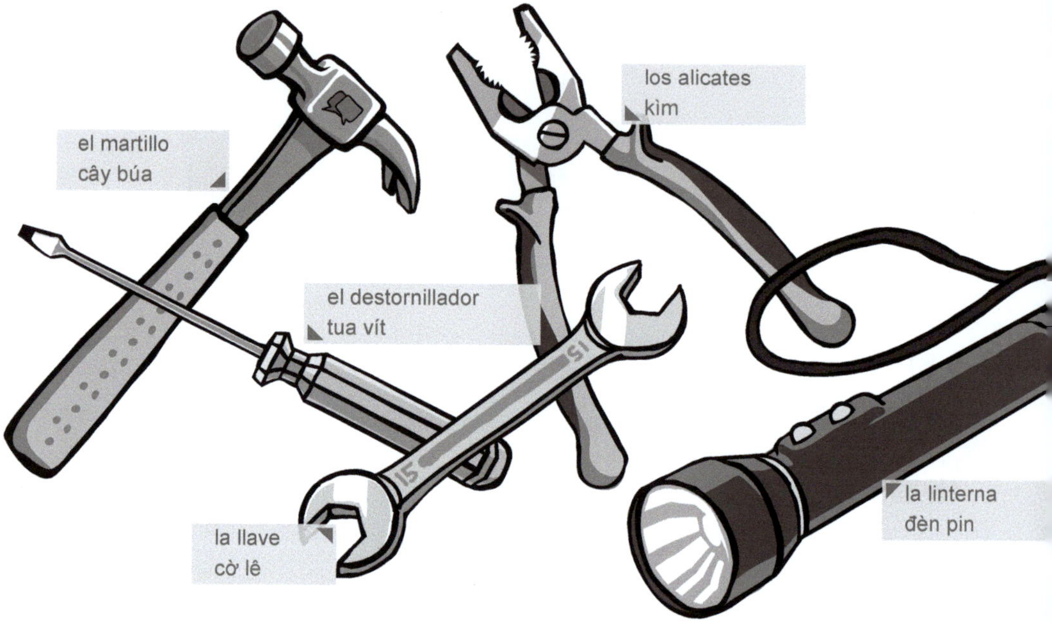

los alicates
kìm
el martillo
cây búa
el destornillador
tua vít
la llave
cờ lê
la linterna
đèn pin

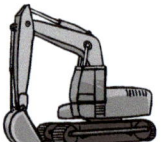

la excavadora

máy xúc đất

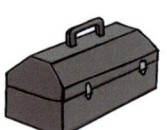

la caja de herramientas

hộp dụng cụ

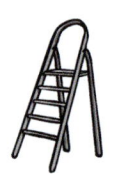

la escalera de mano

cái thang

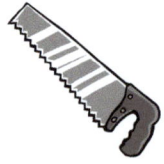

la sierra

cưa

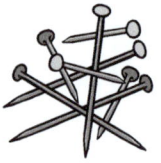

los clavos

đinh

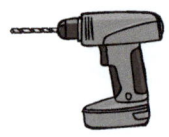

el taladro

máy khoan

reparar

sửa chữa

la pala

cái xẻng

¡Maldita sea!

khốn nạn!

el recogedor

cái hót rác

el bote de pintura

thùng sơn

los tornillos

vít

los instrumentos musicales

nhạc cụ

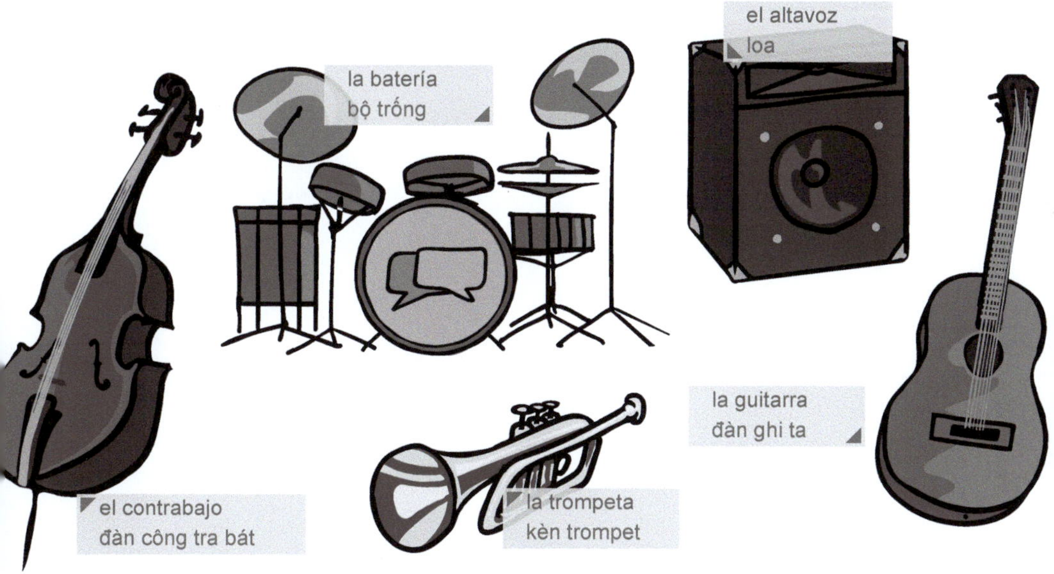

la batería
bộ trống

el altavoz
loa

la guitarra
đàn ghi ta

el contrabajo
đàn công tra bát

la trompeta
kèn trompet

el piano

đàn piano

el violín

đàn vĩ cầm

bajo

ghi ta bass

los timbales

trống định âm

el tambor

trống

el teclado

đàn organ

el saxofón

kèn Saxophone

la flauta

sáo

el micrófono

micro

el zoo

vườn bách thú

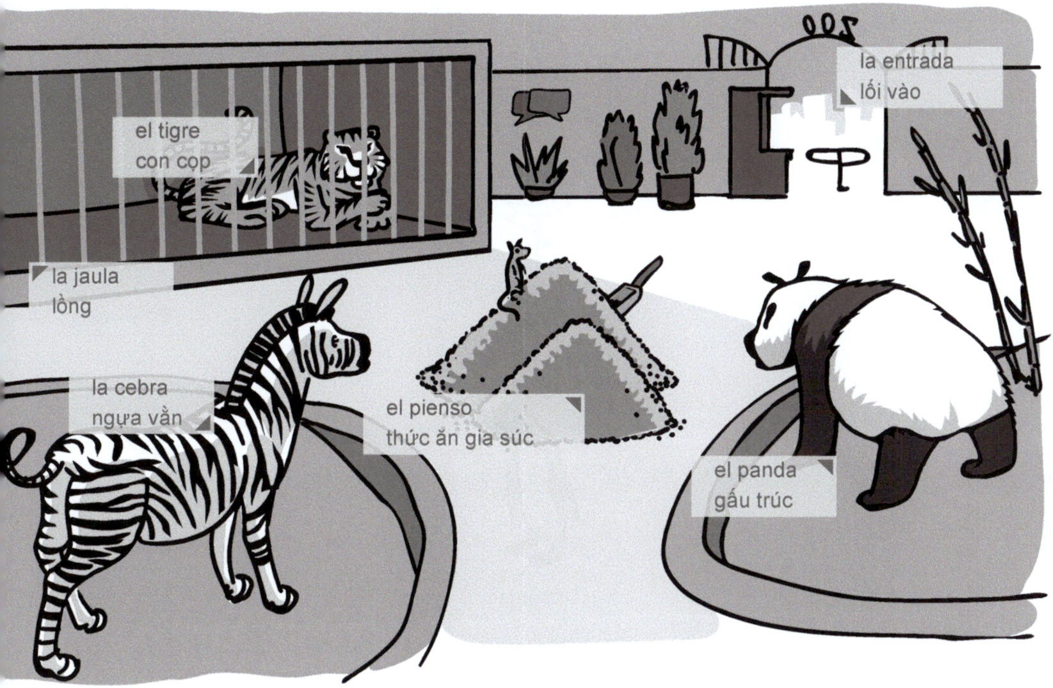
200
la entrada
lối vào
el tigre
con cọp
la jaula
lồng
la cebra
ngựa vằn
el pienso
thức ăn gia súc
el panda
gấu trúc

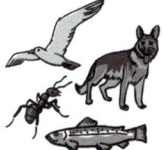

los animales

động vật

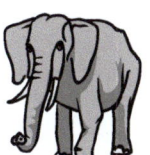

el elefante

con voi

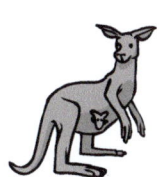

el canguro

chuột túi

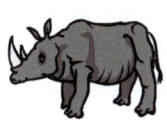

el rinoceronte

tê giác

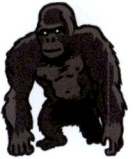

el gorila

khỉ đột

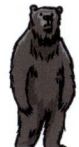

el oso

con gấu

el camello

lạc đà

el avestruz

đà điểu

el león

sư tử

el mono

con khỉ

el flamingo

hồng hạc

el loro

con vẹt

el oso polar

gấu bắc cực

el pingüino

chim cánh cụt

el tiburón

cá mập

el pavo real

con công

la serpiente

con rắn

el cocodrilo

cá sấu

el guardián de zoológico

người trông giữ vườn bách
thú

la foca

hải cẩu

el jaguar

báo đốm

el zoo - vườn bách thú

el poni

ngựa lùn

el leopardo

con báo

el hipopótamo

hà mã

la jirafa

hươu cao cổ

el águila

đại bàng

el jabalí

heo rừng

el pescado

cá

la tortuga

con rùa

la morsa

hải mã

el zorro

con cáo

la gacela

linh dương

el fútbol americano
bóng bầu dục Mỹ

el ciclismo
đua xe đạp

el tenis
quần vợt

el baloncesto
bóng rổ

la natación
bơi

el boxeo
đấm bốc

el hockey sobre hielo
khúc côn cầu trên băng

el fútbol

bóng đá

el bádminton

cầu lông

el atletismo

điền kinh

el balonmano

bóng ném

el esquí

trượt tuyết

el polo

polo

las actividades

các hoạt động

reír
cười
saltar
nhảy
abrazar
ôm
caminar
đi bộ
cantar
ca hát
soñar
mơ
rezar
cầu nguyện
besar
hôn

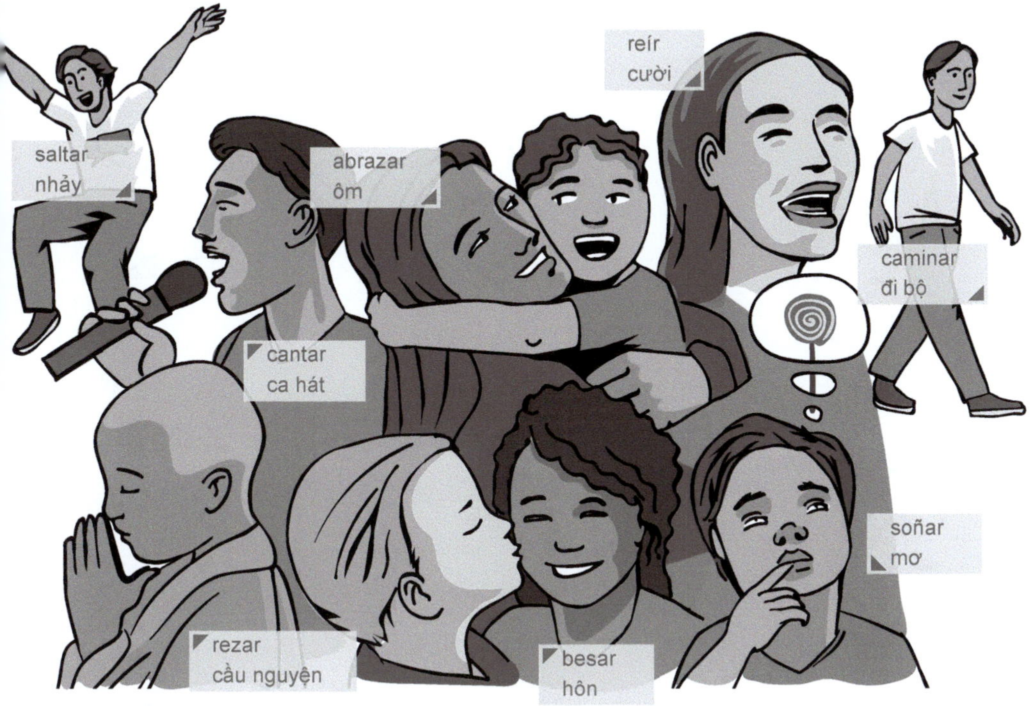

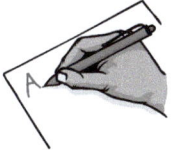

escribir

viết

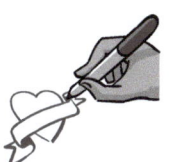

dibujar

vẽ

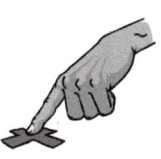

mostrar

chỉ trỏ

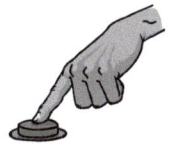

empujar

đẩy

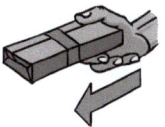

dar

cho

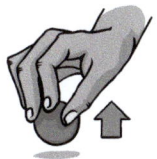

tomar

lấy đi

tener

có

hacer

làm

ser

thì / là

estar de pie

đứng

correr

chạy

tirar

kéo

tirar

ném

caer

rơi

yacer

nằm

esperar

chờ đợi

llevar

mang vác

estar sentado

ngồi

vestirse

mặc quần áo

dormir

ngủ

despertar

thức dậy

mirar

xem

llorar

khóc

acariciar

vuốt ve

peinar

chải

hablar

nói chuyện

entender

hiểu

preguntar

câu hỏi

escuchar

nghe

beber

uống

comer

ăn

ordenar

dọn dẹp

amar

yêu

cocinar

nấu nướng

conducir

lái xe

volar

bay

navegar

đi thuyền buồm

calcular

tính toán

leer

đọc

aprender

học

trabajar

làm việc

casarse

cưới

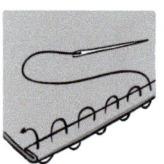

coser

khâu vá

cepillarse los dientes

đánh răng

matar

giết

fumar

hút thuốc

enviar

gửi đi

la familia

gia đình

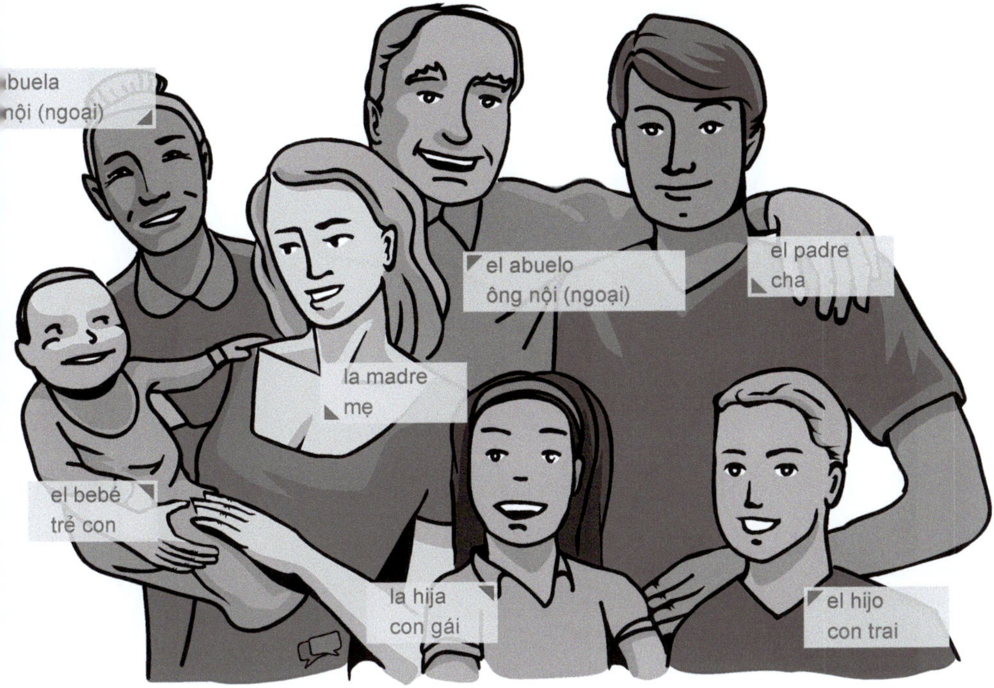

buela
nội (ngoại)
el abuelo
ông nội (ngoại)
el padre
cha
la madre
mẹ
el bebé
trẻ con
la hija
con gái
el hijo
con trai

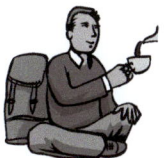

el invitado

khách

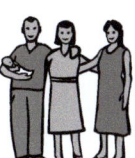

la tía

cô (dì)

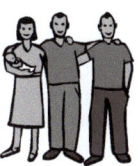

el tío

chú, bác (cậu)

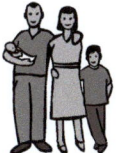

el hermano

anh (em) trai

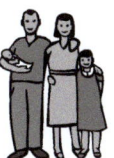

la hermana

chị (em) gái

el cuerpo
cơ thể

la frente
trán
el ojo
mắt
el hombro
vai
el dedo
ngón tay
la cara
mặt
la barbilla
cằm
la mano
bàn tay
la pierna
chân
el pecho
ngực
el brazo
cánh tay

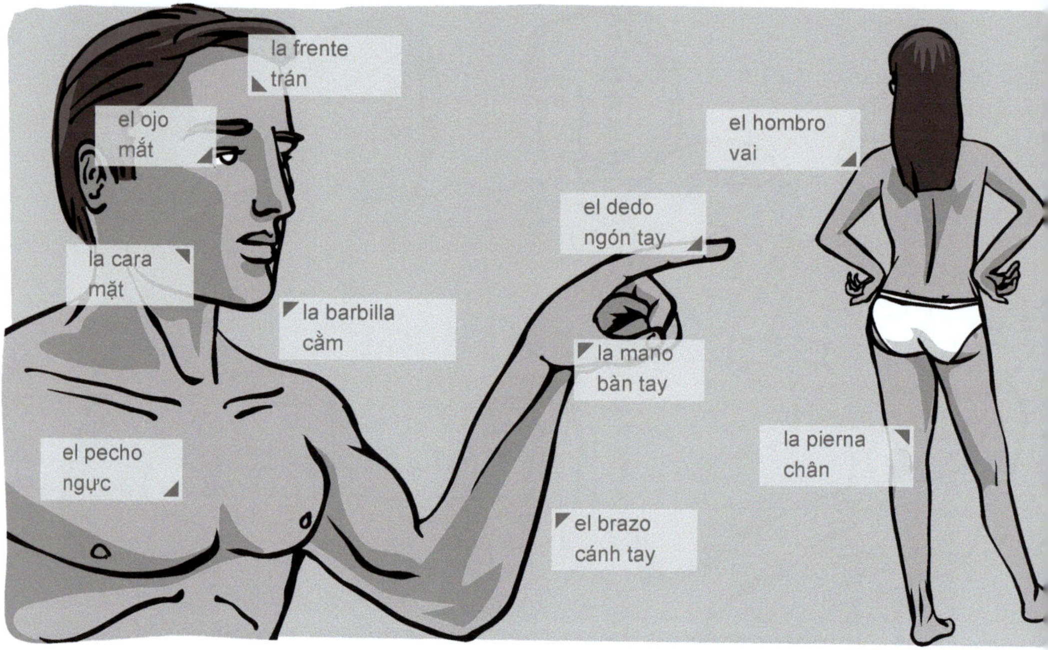

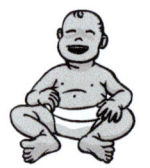

el bebé

trẻ con

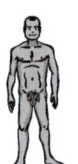

el hombre

đàn ông

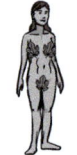

la mujer

phụ nữ

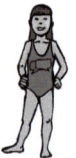

la chica

bé gái

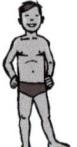

el chico

bé trai

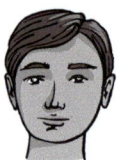

la cabeza

đầu

la espalda

lưng

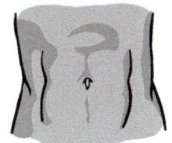

el vientre

bụng

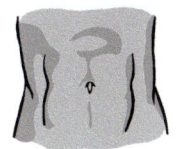

el ombligo

rốn

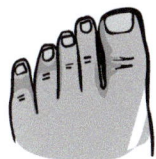

el dedo del pie

ngón chân

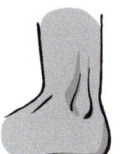

el talón

gót chân

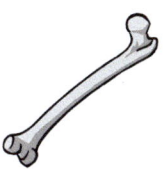

el hueso

xương

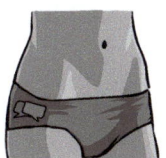

la cadera

hông

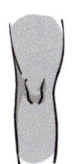

la rodilla

đầu gối

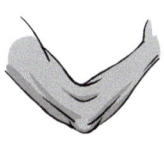

el codo

khuỷu tay

la nariz

mũi

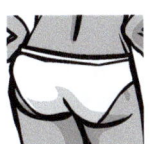

el trasero

mông

la piel

da

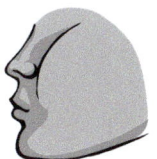

la mejilla

má

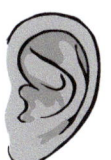

el oído

tai

el labio

môi

la boca

miệng

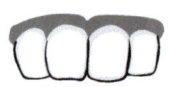

el diente

răng

la lengua

lưỡi

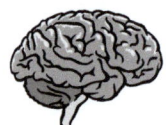

el cerebro

não

el corazón

tim

el músculo

cơ bắp

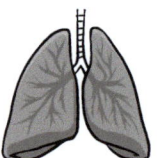

el pulmón

phổi

el hígado

gan

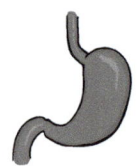

el estómago

dạ dày

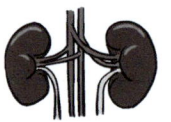

los riñones

thận

el sexo

giao hợp

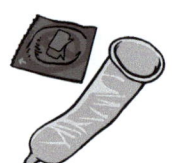

el condón

bao cao su

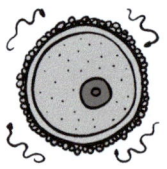

el ovario

noãn

el semen

tinh dịch

el embarazo

mang thai

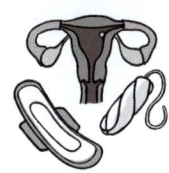

la menstruación

kinh nguyệt

la vagina

âm vật

el pene

dương vật

la ceja

lông mày

el pelo

tóc

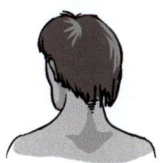

el cuello

cổ

el hospital
bệnh viện

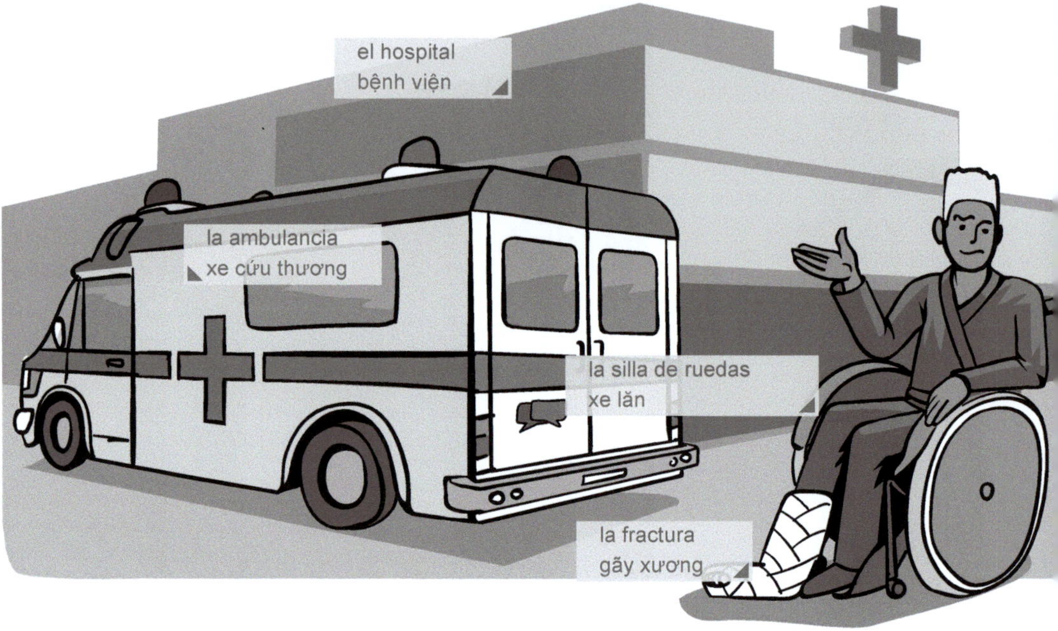

el hospital
bệnh viện
la ambulancia
xe cứu thương
la silla de ruedas
xe lăn
la fractura
gãy xương

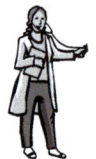

el médico

bác sĩ

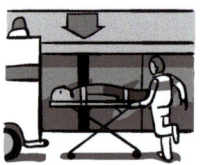

la sala de urgencias

phòng cấp cứu

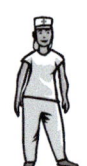

la enfermera

y tá

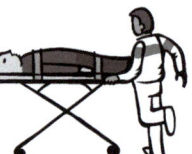

la urgencia

cấp cứu

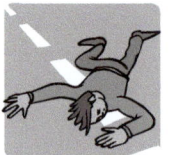

inconsciente

bất tỉnh

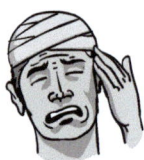

el dolor

cơn đau

la lesión

bị thương

la hemorragia

chảy máu

el infarto

nhồi máu cơ tim

el ictus

đột quỵ

la alergia

dị ứng

la tos

ho

la fiebre

sốt

la gripe

cúm

la diarrea

tiêu chảy

el dolor de cabeza

đau đầu

el cáncer

ung thư

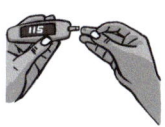

la diabetes

bệnh tiểu đường

el cirujano

bác sĩ phẫu thuật

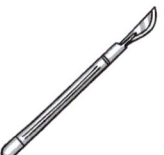

el bisturí

dao mổ

la operación

giải phẫu

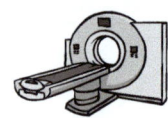

TAC

chụp cắt lớp

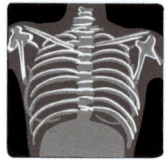

los rayos x

chụp x-quang

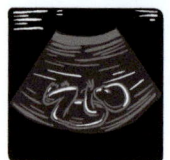

el ultrasonido

siêu âm

la mascarilla

mặt nạ

la enfermedad

bệnh

la sala de espera

phòng đợi

la muleta

cái nạng

la tirita

băng dán vết thương

la venda

băng bó

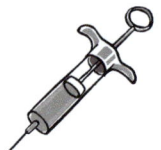

la inyección

tiêm thuốc

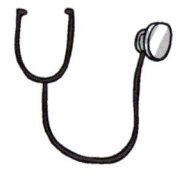

el estetoscopio

ống nghe khám bệnh

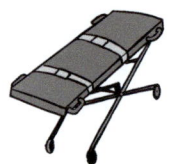

la camilla

băng ca

el termómetro

nhiệt kế

el nacimiento

sinh đẻ

el sobrepeso

thừa cân

el audífono

máy trợ thính

el desinfectante

chất khử trùng

la infección

nhiễm trùng

el virus

vi rút

VIH / SIDA

HIV / AIDS

la medicina

thuốc

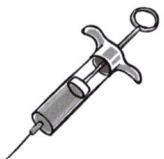

la vacunación

tiêm chủng

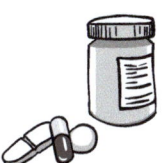

las tabletas

thuốc viên

la pastilla

viên thuốc

la llamada de urgencia

gọi cấp cứu

el tensiómetro

máy đo huyết áp

enfermo / sano

bệnh / khỏe mạnh

¡Socorro!

cứu!

la alarma

báo động

el asalto

cuộc đột kích

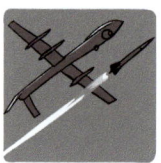

el ataque

sự tấn công

el peligro

mối nguy hiểm

la salida de emergencia

lối thoát hiểm

¡Fuego!

cháy!

el extintor de incendios

bình chữa cháy

el accidente

tai nạn

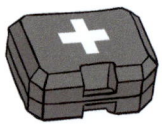

el botiquín de primeros
auxilios

bộ dụng cụ sơ cứu

SOS

SOS

la policía

cảnh sát

Europa

châu Âu

Norteamérica

Bắc Mỹ

Sudamérica

Nam Mỹ

África

châu Phi

Asia

châu Á

Australia

châu Úc

el atlántico

Đại Tây Dương

el Pacífico

Thái Bình Dương

el Océano Índico

Ấn Độ Dương

el Océano Antártico

Nam Cực Dương

el Océano Ártico

Bắc Băng Dương

el polo norte

bắc cực

el polo sur

nam cực

La Antártida

nam cực

la tierra

trái đất

la tierra

đất liền

el mar

biển

la isla

đảo

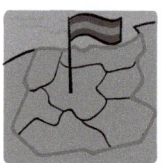

la nación

quốc gia

el estado

nhà nước

la esfera

mặt đồng hồ

la manecilla de las horas

kim chỉ giờ

el minutero

kim chỉ phút

el segundero

kim chỉ giây

¿Qué hora es?

Bây giờ là mấy giờ?

el día

ngày

el tiempo

thời gian

ahora

bây giờ

el reloj digital

đồng hồ điện tử

el minuto

phút

la hora

giờ

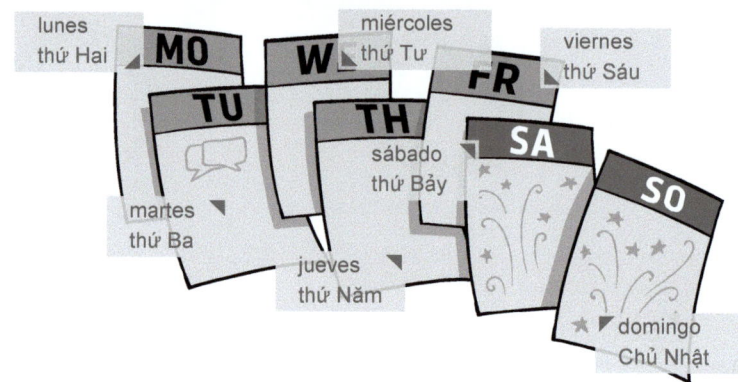

lunes
thứ Hai

miércoles
thứ Tư

viernes
thứ Sáu

martes
thứ Ba

sábado
thứ Bảy

jueves
thứ Năm

domingo
Chủ Nhật

ayer

hôm qua

hoy

hôm nay

mañana

ngày mai

la mañana

buổi sáng

el mediodía

buổi trưa

la tarde

buổi tối

los días laborables

ngày làm việc

el fin de semana

cuối tuần

el año

năm

la lluvia
mưa
el arcoíris
cầu vồng
la nieve
tuyết
el viento
gió
la primavera
mùa xuân
el otoño
mùa thu
el verano
mùa hè
el invierno
mùa đông

4.APRIL 11°
5.APRIL 4°
6.APRIL 13°
7.APRIL 8°
8.APRIL 10°

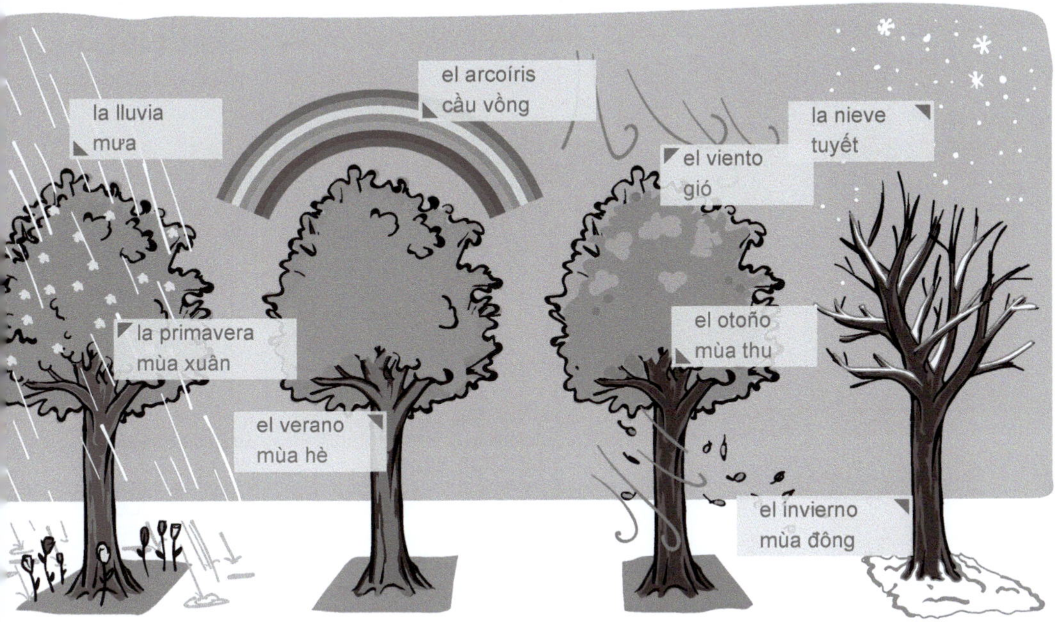

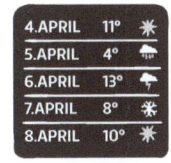

el pronóstico del tiempo

dự báo thời tiết

F
C
120
90
60
30
0
-30
40
30
20
10
0
-10
-20

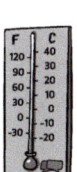

el termómetro

nhiệt kế

el sol

ánh nắng

la nube

mây

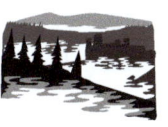

la niebla

sương mù

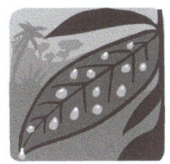

la humedad

độ ẩm không khí

el rayo

tia chớp

el trueno

sấm sét

la tormenta

cơn bão

el granizo

mưa đá

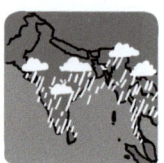

el monzón

gió mùa

la inundación

lũ lụt

el hielo

nước đá

enero

tháng Một

febrero

tháng Hai

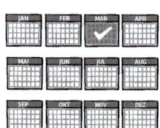

marzo

tháng Ba

abril

tháng Tư

mayo

tháng Năm

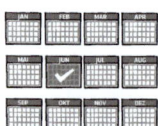

junio

tháng Sáu

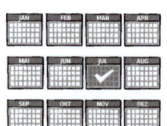

julio

tháng Bảy

agosto

tháng Tám

septiembre

tháng Chín

octubre

tháng Mười

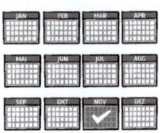

noviembre

tháng Mười Một

diciembre

tháng Mười Hai

las formas
hình dạng

el círculo

hình tròn

el cuadrado

hình vuông

el rectángulo

hình chữ nhật

el triángulo

hình tam giác

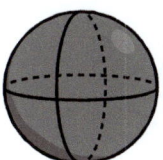

la esfera

hình cầu

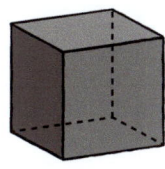

el cubo

khối vuông

blanco

màu trắng

amarillo

màu vàng

anaranjado

màu cam

rosa

màu hồng

rojo

màu đỏ

morado

màu tím

azul

màu xanh dương

verde

màu xanh lá cây

marrón

màu nâu

gris

màu xám

negro

màu đen

mucho / poco

nhiều / ít

enojado / tranquilo

tức tối / điềm tĩnh

bonito / feo

xinh đẹp / xấu xí

principio / fin

bắt đầu / kết thúc

grande / pequeño

to / nhỏ

claro / oscuro

sáng / tối

el hermano / la hermana

nh (em) trai / chị (em) gái

limpio / sucio

sạch / bẩn

completo / incompleto

đủ / thiếu

el día / la noche

ngày / đêm

muerto / vivo

chết / sống

ancho / estrecho

rộng / chật hẹp

comestible / no comestible

ăn được / không ăn được

malo / amable

ác / tử tế

entusiasmado / aburrido

hào hứng / chán nản

gordo / delgado

béo / gầy

primero / último

đầu tiên / cuối cùng

el amigo / el enemigo

bạn / thù

lleno / vacío

đầy / rỗng

duro / blando

cứng / mềm

pesado / ligero

nặng / nhẹ

el hambre / la sed

đói / khát

enfermo / sano

bệnh / khỏe mạnh

ilegal / legal

bất hợp pháp / hợp pháp

inteligente / tonto

thông minh / ngu

izquierda / derecha

trái / phải

cerca / lejos

gần / xa

nuevo / usado

mới / cũ

nada / algo

không có gì cả / có cái gì đó

viejo / joven

già / trẻ

encendido / apagado

bật / tắc

abierto / cerrado

mở / đóng

silencioso / ruidoso

im lặng / ồn ào

rico / pobre

giàu / nghèo

correcto / incorrecto

đúng / sai

áspero / suave

sần sùi / mịn màng

triste / contento

buồn / vui

corto / largo

ngắn / dài

lento / rápido

chậm / nhanh

húmedo / seco

ẩm ướt / khô ráo

cálido / frío

ấm áp / mát mẻ

guerra / paz

chiến tranh / hòa bình

los opuestos - đối lập

0

cero

số không

1

uno

một

2

dos

hai

3

tres

ba

4

cuatro

bốn

5

cinco

năm

6

seis

sáu

7

siete

bảy

8

ocho

tám

9

nueve

chín

10

diez

mười

11

once

mười một

12

doce

mười hai

13

trece

mười ba

14

catorce

mười bốn

15

quince

mười lăm

16

dieciséis

mười sáu

17

diecisiete

mười bảy

18

dieciocho

mười tám

19

diecinueve

mười chín

20

veinte

hai mươi

100

cien

một trăm

1.000

mil

một ngàn

1.000.000

el millón

một triệu

el inglés

tiếng Anh

el inglés americano

tiếng Anh Mỹ

el chino madarín

tiếng Quan Thoại

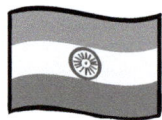

el hindi

tiếng Hin-di

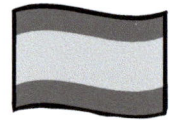

el español

tiếng Tây Ban Nha

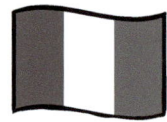

el francés

tiếng Pháp

el árabe

tiếng Ả-rập

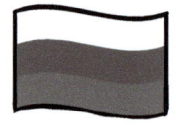

el ruso

tiếng Nga

el portugués

tiếng Bồ Đào Nha

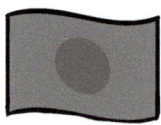

el bengalí

tiếng Bengal

el alemán

tiếng Đức

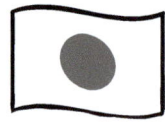

el japonés

tiếng Nhật

yo

tôi

tú

bạn

él / ella / ello

anh ta / cô ta / nó

nosotros/as

chúng tôi

vosotros/as

các bạn

ellos/as

họ

¿quién?

ai?

¿qué?

cái gì?

¿cómo?

như thế nào?

¿dónde?

ở đâu?

¿cuándo?

lúc nào?

el nombre

tên

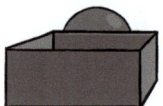

detrás

phía sau

en

ở trong

delante de

phía trước

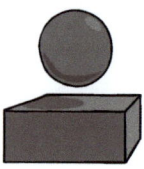

por encima de

phía trên

sobre

ở trên

debajo de

ở dưới

junto a

bên cạnh

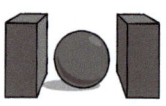

entre

ở giữa

el lugar

chỗ